யாழின் நாலாம் நரம்பு

பதிப்பகம்

POETRY WORLD ORG

யாழின் நாலாம் நரம்பு

தலைமை தொகுப்பாளர்

சே.அ.பார்கவி

தொகுப்பாளர்

மகிழ்

அறிமுகம்

உடுக்கை இழந்தவன் கைபோல ஆங்கே

இடுக்கண் களைவதாம் நட்பு..

- வள்ளுவர்

சங்க கால புலவர்கள் தொட்டு இன்றைய நாள் வரையிலும் நட்பை பற்றி எழுதாத கவிஞர்கள் இல்லையெனலாம்...

மனிதனுக்கு கிடைத்த மிகப்பெரிய பொக்கிஷமாக நண்பர்களை குறிப்பிட்டலாம்..

ஆம், அதியமான் - அவ்வை, கோப்பெருஞ்சோழன் - பிசிராந்தையார், பாரி- கபிலர் என நீளும் இந்த பட்டியல்.

நண்பனுடைய இன்பத்தில் மட்டுமே பங்கு கொள்ளாமல் அவனுடைய துன்பத்தையும் தன்னுடையதாய் எண்ணி, தானாய் முன்வந்து உதவுபவனே உண்மையான நண்பன்.

ஆண் பெண் நட்பிற்கு ஓர் உதாரணமாக,

கர்ணனையும் பானுமதியையும் கூறலாம்!

கள்ளம் கபடம் அற்ற தன் பிரிய மனைவி மற்றும் தன் உயிர் நண்பனை சந்தேகிக்காது இருந்த துரியோதனன் உயர்ந்தவன் எனில், அவனின் இந்த உயர் குணத்திற்காக தன் உயிர் பிரியும் வரையிலும் கூட துணையாய் நின்ற கர்ணனின் நட்பு அதைவிட உயர்ந்தது!!

இத்தகைய நல்லதொரு உயர் நட்புக்களின் பட்டியலில் சேர்ந்திருக்கும் நம் இக்கால கவிநண்பர்களின் கவிதைகளை சமர்பிக்கிறேன்*!!*

நட்புடன்

மகிழ்

தலைமை தொகுப்பாளர்

இவள் திருமதி.பார்கவி சிவப்பிரகாஷ், மஞ்சள் மாநகரமான ஈரோட்டை சேர்ந்தவள். இவள் புனைப்பெயர் "கவியின் கவிதை". கணிதவியல் முதுகலை பட்டம் முடித்தவள். இன்று தன் கனவுகளை முழு மனதோடு ஆர்வமாய் பின் தொடர்கிறாள்.

தனது இன்ஸ்டாகிராம் பக்கத்தில் (@kaviyinkavithai) ஏறத்தாழ 2500க்கும் மேற்பட்ட குறுங்கவிதைகள், நீள்கவிதைகள் பல புனைந்துள்ளார். *Spectrum of thoughts*ல் இணை எழுத்தாளராகவும், தன் முதல் கவிதை திரட்டான *"Enticement of fondness/*காதலின் தாகங்கள்*"* தொகுத்துள்ளார். இப்பொழுது *Poetry World Organisation*ல் தலைமை தொகுப்பாளராய் பல கவிதை திரட்டினை வழங்கி வருகிறார்

தொகுப்பாளர்

இவர் மகிழ், சென்னை பச்சையப்பன் கல்லூரியில் முதுகலை பட்டம் பெற்றவர்.. தற்பொழுது சேலத்தில் வேதியியல் ஆய்வகம் ஒன்றில் பணியாற்றி வருகின்றார். சமூக வலைதளங்களில் அவ்வப்போது கவிதைகளை எழுதி வருகின்றார். இவரது கவிதைகளை *Your Quote* வலைதளத்தில் காணலாம். தற்பொழுது புத்தக தொகுப்பாளராகவும் இணைந்திருக்கிறார்.

தொடர்புகொள்ள: படவரி   *magizh_mc*

உள்ளடக்கம்

எந்தன் மற்றொரு துணை

எவ்வாறு பிரித்தெடுப்பது

இந்த ஒர் உறவை மட்டும்...

நான் சிரித்து மகிழும் பொழுதுகளில்

என் மகிழ்ச்சியில் நெகிழ்ந்தவளாயிற்றே..

நான் கலங்கும் நேரங்களில்

என்னோடு சேர்ந்து

எனை ஆரத்தழுவிய உறவு ஆயிற்றே...

நான் துவண்டாலும் உயர்ந்தாலும்

தவறாது எனை தாங்கும் ஓர் உறவு...

அன்று முதல்

இன்று வரை

இறுதிவரை பெருமிதமாய்

நான் கர்வம்

கொள்ளும் உறவெனில்

"நட்பு" எனும்

வார்த்தைகளை தவிர

வேறேது இருந்திடப் போகிறது...

- கவியின் கவிதை

குழந்தை பருவ நட்பு

அ'ஞா ஆ'வன்னா
அறியுமுன்னரே
அறிமுகமான நட்பிது...
ஆண்டுதோறும்
அகவையொன்று கூடினாலும்,
ஆண்-பெண் பேதமென
அருகிலிருப்போர் உரைத்தாலும்,
அன்றிருந்த
அதே குறும்புடன் தொடர்கிறது....
அறியாதோர் பழித்து பேசினாலும்
அறிந்தோர் ஆசிர்வதிக்க.,
ஆலமரமாய் வேரூன்றி
அழியா உறவாக
ஆகாயத்தை தாண்டிவிட துடிக்கிறது.,
தலைமுடி நரைத்தாலும்
தலைமுறைகள் பல கடந்தாலும்
தவிக்கவிட்டு செல்லாமல்
தொட்டு தொடரும்
எம் சந்ததி வழியே
எம் குழந்தை பருவ நட்பு..

-மகிழ்

கள்ளம் அற்ற நட்பு

பச்சிளம் பற்றிய பந்தம்..

பிரிவினை இல்லா சொந்தம்!!

பாகுபாடு காணா கதிரொளி..

தனிமையில் தள்ளாத நிலவொளி!!

எதிர்பாராது தொடங்கும் நிழல்..

எதிர்பார்ப்பில்லாது தொடரும் நிஜம்!!

அண்டம் அனைத்தும் உலாவும்

அள்ளி அணக்கும் உன்னதம்!!

அழியா நினைவுகளை கோர்த்து

இருதயத்தில் தைத்த இன்னுயிர்!!

இன்பத்தில் பகிர்ந்து.. துன்பத்தில் கலந்து..

வீழ்ச்சியில் இணைந்து.. எழுச்சியில் களித்து..

பாலினம் பாராத..

கலங்கமற்ற பயணம் அது!!

என்றும் வாடாது..

வாகை சூடும் உறவு!!

கள்ளம் அற்ற நட்பு...

அபர்ணா வேல்முருகன்

நட்பு

பழக்கமில்லா அவன் முகம்,
பாதி நேரத்தில் புரியச் செய்தான்... !
பயணித்த அனைவரையும்,
பரிசாக அறிமுகம் செய்தான்... !
கதிரவன் விழிக்கும் போது – என்
கண்விழிக்க செய்தவன்... !
காலமெல்லாம் நான் சிந்தும்,
கண்ணீருக்கு ஆறுதல் உரைத்தவன்.. !
கல்லூரி செல்ல என்னை - அனுந்தினமும்
கைகோர்த்து அழைத்து சென்றவன்... !
கல்லூரி விடைபெறும் போதும் - என்
சுவடுகளை சமமாக சுமந்தவன்... !
கவலைப்படும் தருணத்திலும் – என்னை
கலங்க செய்து மகிழ்ந்த தில்லை... !
காயப்படும் போதும் – என்
காயத்திற்கு மருந்தாக இருந்தவன்... !
வருடம் முழுதும் உன்னுடன் பயணித்த –
நான் முதல்முறையாக பிரிந்து வாட போகிறேன்... !
தொடர்பிலிருங்கள் தொலைந்துவிடாதீர்கள்
"மறந்து விடாத மச்சான"...!

அப்சல் அகமது

நட்பெனும் உறவு

முட்களையும் மிதித்துப் பார்க்கத் தூண்டும்...

தைரியம் கொடுத்துச் சில நேரம்

சோதித்துப் பார்க்கச் சில நேரம்...

தோற்றாலும் ஒருபொழுதும் துவண்டிட விடாது...

அனுபவங்களை தேடித் திரியச் செய்யும்...

உணர்வுகளின் உன்னதத்தை விளக்கித்தரும்...

எண்ணங்களின் முழுமையான ஒரு பகிர்தல்...

ஒளிவு மறைவு இல்லா உறவு...

ஒளவியம் பேசாத ஓர் பயணம்...

வயதிற்குரிய வினாக்களின் விடைப் புத்தகம்...

இல்லறத்து இன்னல்களை சமாளிக்க வழிகாட்டி...

என்றுமே கொண்டாடிடாத ஒரே ஆசான்...

அடவி

என்னில் தனிஒருவன்

மானுடனாய் ஜனனம் பூமிதனில் பெற்று,

ஏனோ நடப்பும் நம் வசமில்லை,

நஞ்சும் நாவில்லுன்டு – என

முகஸ்துதியினர் முற்றத்தில் யாம்மறிய.

இடும்பை இன்பமெனத் தொடர்,

இருப்பது பொய் போவது மெய்- உவமை

உள்ளத்தில் விதைத்த,

தனி ஒருவன்,

தனித்துவமாய் சினேகிதநானன்,

என்னைப்போல் ஒருவனாய்,

உயிர்த் துணையாய்.

அமிர்தா கா

நட்புடன் ஓர் காலப் பயணம்..

அந்திசாயும் வேளையில்

ஆதவன் ஒளிமங்கும் பொழுதொன்றில்

நான்கு கால்களும்

இரு இதயங்களும்

என் வலக்கையும்,

நட்பின் இடக்கையும்

சற்றே பிணைந்து நகர்ந்தோம்.

காலமோ பின்னோக்கி பயணம் செய்து

எங்கள் மழலையை மொழிப்பெயர்க்கும் வேலையை

சத்தமில்லாமல் செய்து மெல்ல

இருவரையும் அழைத்தது.

இருவரும் சென்றோம், தேடினோம்

தூசிப்படிந்த சுவரில் மறைந்து போன ஓவியம் போல

எங்கள் இயந்திரவாழ்வு மறைத்து வைத்த ஓர் எழிலோவியம்

இந்த நட்பு!!

சற்றே வியப்புக்குரியது!!

அனிதா மணிவண்ணன்

என்றும் என் தோழி...!

அறியாத வயதில் ஆரம்பம் ஆன நம் நட்பு ...!

ஆளான பிறகும் அதே அன்பின் பிணைப்பில் ...!

ஆயிரம் சண்டைகள் ஐயாயிரம் சமாதானங்கள்..!

ஆனபின்பும் அன்பில் துளியும் குறையில்லை ...!

நினைத்தால் சிரிப்பூட்டும் காரணம் இல்லா கோபங்கள் ...!

தவம் இருந்தாலும் கிடைக்காத வரம் ...!

ஆனால் என் தவமே நீதானடி உயிரே..!

காதலை கனவிலும் உணராத நான்

நம் நட்பின் மேல் தீராத காதல் கொண்டுள்ளேன்...!

ஏன்றும் எனக்காக நீ உனக்காக நான் நமக்காக நம் நட்பும்

இருக்கும் ...!

நமக்குள் எவ்வளவு தூரம் இருந்தாலும் ...!

நமக்கான நெருக்கத்தை உடைக்க ஏவராலும் முடியாது...!

என்னில் உன்னை வெல்ல யாரும் இல்லை...!

உன்னி(டத்திலும்) எனக்கு நிகர் நானே ...!

என்ற எண்ணதுடன் உன்னுள் நான்...!

சு.அன்னாள் சுஜி

ஆசை நட்பு

நண்பன் துணையோடு நடந்தேன்
வாழ்வின் திருப்பங்கள் கடந்தேன்
நட்பாலே மனதிற்கு மனிதன் புரியும் என உணர்ந்தேன்
எல்லை இல்லா நட்பில்
ஜென்மம் கழிக்கும் பலருள்
மனிதன் மட்டுமா என்ன ?

வாழ்க்கை ஓட்டத்தில்
நட்பு தோட்டத்தில்
களைப்பாற அமருகிறேன்
ஒருவனாய் ஆரம்பிக்கும் வாழ்க்கை
மனிதனாய் மாறுவதற்குள்
இறைவன் கொடுத்த
தன்னிகரில்லா பரிசே நட்பு
அன்றும் நட்பால்
இன்றும் நட்பாய்
என்றும் நட்போடு
நடை போடுவோம்

Anush Goudilya S

நட்புடன்

அழகான தலைப்பு பிறக்கும் போதே நட்பும் பிறந்து விடுகிறது...

வேறுபாடு இல்லாமல் பறந்து விரிந்திருக்கிறது...

ஆறாத பிரிவும் அரை நிமிட உரையாடலில் முடிந்து விடும்..

சண்டைகள் சலித்துபோவது நட்பில் மட்டுமே..

தொலைவுகளை தொலைத்துவிடும்...

நட்பை பற்றி எழுத பக்கங்கள் போதுமானதா???

வரிகளுக்குமிகாமல் என்ற விதிகளுக்குட்பட்டு...

பதிவிடுகிறேன் நட்பை பற்றி...

அனைவருக்கும் கடவுளால் படைக்கப்பட்ட உறவு நட்பு

மட்டுமே...

சிலருக்கு நிஜங்களாக..

சிலருக்கு நிழல்களாக ...

தீர்க்காத காயங்களும் பகிரப்படுவது நட்பில் மட்டுமே..

ஆறுதலின் கடைசி நிழலும் நட்பு மட்டுமே..

பாகுபாடும் சற்று பக்குவப்படுவதும் நட்பில் மட்டுமே...

இனிதே என் எழுத்துக்களை முடித்துக்கொள்கிறேன்...

நட்புடன்..

அர்ச்சனா முத்துகார்த்திக்

தனலட்சுமி

என் வரமடி "நீ" வரவேண்டும்!

என் வாழ்க்கை நீளும் வரை..

என் உயிரடி "நீ" வாழவேண்டும்!

என் ஆயுள் தீர்ந்த பின்னும்..

என் உணர்வடி "நீ" உணரவேண்டும்!

என் உணர்வுகள் உன்னிடமென்று..

என் குரு அடி "நீ" தொடரவேண்டும்!

பிழையின் திருத்தமாக..

என் வெற்றிக்கு முதல் அடி நீ உயரவேண்டும்!

என் புகழ் உன்மடியிலும்; வடிவிலும்..

என் ஏக்கங்களின் வண்ணமடி நீ தாங்கவேண்டும்!

என் உயிர் உள்ளவரை நெஞ்சிலும்; வாழ்விலும்..

பிறை மறைந்தாலும்; இருள் சூழ்ந்தாலும்;

சுடர் எரித்தாலும்; பனி உறைத்தாலும்;

புயல் அடித்தாலும்;

என்றும் என்னுள் "நீ" அழியா சொந்தமடி

வார்த்தைகளின் பற்றாக்குறையால்

"முன்னுரை" மட்டுமே உரைகிறேன்

"முடிவுரையை" நம் நட்பு உரைக்கட்டும்

காலம் கடந்து..

த வே அருள் மொழி பாரதி

நண்பனுக்காக..!

சட்டைப் பொத்தான் அத்ததற்காகப்

போர் தொடுத்துப் போனோம் நண்பனுக்காக...

காகிதம் கசக்கி எறிந்ததற்காக

வகுப்பறை மாறியது குப்பைத்தொட்டியாக...

வாத்தியார் அவனை அறைந்ததற்காக

அவர் வீட்டைத் தேடினோம் கல்லெறிவதற்காக...

நண்பனின் காதலியோடு பேசியதற்காக

அணி திரட்டி போனோம் அடிப்பதற்காக...

இவன் வண்டி ஓட்டி பயில்வதற்காக

வந்தவன் என்னை அடித்தான் இடித்ததற்காக...

தண்ணி அடிக்கத் தடுத்ததற்காக

என்னைப் பின்னி எடுத்தான் சொன்னதற்காக...

ஒருமுறை கூட திருடியதில்லை எனக்காக

முதல்முறை சுட்டு மாட்டியதே அவனுக்காக...

இன்று என் மகனும் செய்கிறான்

எனைப்போல நானும் ஆகினேன் என் அப்பனாக..!

- ஆர்யா

நட்பாளன்

பார்வையிலேயே பாதரசமாய்..

எனது ஊக்கிகளை முடக்கிய பிம்பமே...

சுழிக்காமல் உன் நிழலில் பாதம் பதிக்க வைப்பவனே...

துத்தநாகமாய் எனது குருதிக்கு

நீண்ட காலம் ஆற்றல் தருபவனே...

விடைப்பெற்று நின்ற காலத்தில்

வினாவாய் எழுந்தருளினாய்!...

போதும் என்று சொல்லும் அளவிற்கு நேயமுற காட்டினாய்...

பறிக்க பறிக்க எள்ளாய் கொட்டினாய்!...

என் வலிகளை எள்ளாய் பறந்து சுட்டெரித்தாய்...

சிற்பியாய் என் வாழ்வை செதுக்கினாய்...

கற்பியாய் என் உலகில் தேன்மழை பெய்தினாய்

சிறக்கடித்து பறந்து செல்ல வழிவகுத்தாய்...

ஏனோ, எனது மனதில் உன் நினைவுகள்

தேவைகுறைந்ததாக பழி சுமக்கவைத்தாய்...

- *அஸ்வின்*

நான் கொண்ட நட்பு

சிரிக்க வைக்கும் சின்னஞ்சிறு தவறுகள்

சிலிர்க்கவைக்கும் சிந்தனைகள்

சண்டையிட்டுக் கிழிந்த புத்தகங்கள்

பகிர்ந்துண்ட தின்பண்டங்கள்

பட்டினி கிடந்து இருப்போம்

பாசத்தில் யாவும் மறந்திருப்போம்

பொழுதுபோக்காய் வந்த நினைவுகள்

பொக்கிஷமாய் நெஞ்சில் பதிய

பாகுபாடற்ற சொந்தம் ஒன்று

இப்பாரினில் அனைவரும் பெற்றதென்று

படைத்த அவன் எழுதிய சுவடுதனில் உள்ளது

அவனே என்றும் கண்டதில்லை

இறை அவன் காணா இன்பம்தான்

நட்பு என்றும் தந்திடுமே

நட்பெனும் சொந்தம் பெற்றிடதான்

ஜென்மம் பல உயிர்கள் துடித்திடுமே........

கசீபாலா

நட்புக்கு ஒரு எல்லை உண்டு

29

"நட்புக்கு ஆண் பெண் பேதமில்லை..

ஜாதி மத வேற்றுமை இல்லை..

ஏழை பணக்காரன் பாகுபாடு இல்லை..

ஆனால் அதற்கும் ஒரு எல்லை உண்டு.

மீறாமல் இருக்க..

அன்பு மட்டும் அல்ல..

பண்பும் தேவை. ஏனெனில்..

நட்பும் கற்பு போலவே"

Bhagyalakshmi

இது தான்

பிடித்த காரணம் அறியாமல்

அறிமுகம் ஆகும் தருணங்கள்

கேண்மையின் பிறப்பிடங்கள்.. அங்கே..

அடையாளம் தேவை இல்லை

குறுநகை, வழி செய்யும்.

இதமான பார்வைகள் பரிமாறிக் கொள்ளப்படும்..

அறிமுக உரைகள் மட்டும்

மரியாதையாய் கூறப்படும்.

உரிமை கூடும் வேளை

மரியாதை விலக்கப்படும்..

அனைத்தும் அறிந்து கொள்ளப்படும்

ஒரு வார்த்தைக் கசிவின்றி..

அடையாளங்கள் மீட்கப்படும்

ஆழமாய் மறைந்(த்)திருபினும்..

கவலைகள் கலைக்கும் கணங்களை

குறைக்கும் உரிமையோடதட்டும்

ஊக்கம் கொண்டுயர்த்தும்

எக்காலமும் துணை நிற்கும்

உறவதன் பெயர் நட்பு..

நுவிலி

ஆனந்த நினைவுகள்...

நட்பே நட்பே

பிரிவில் சோகம்

பிரியும் முன்னே

மனதில் பாரம்

சோகங்கள் எல்லாம் சேர்ந்தால் கூட

சுமைகளை தரவில்லையே

சொந்தங்கள் இல்லா சொந்தங்கள் ஆக

சேர்ந்தே வாழ்ந்திடுமே

பள்ளி சென்ற காலங்கள்

பாடம் கற்ற நேரங்கள்

பட்டாம் பூச்சியாய் சுற்றி திரிந்தோமே

பாதைமாறி போகாமல்

கவலை வந்து தீண்டாமல்

காத்தாடி போலவே விண்ணில் பறந்தோமே

கனவே கனவே

கலையாதிரு

கலைந்தால்கூட நினைவால் தொடரு....!

கவியாழினி

நட்பு

மூன்றெழுத்தில் முடியாத ஒன்று !

நம் தலையெழுத்து முடியும் வரை இருக்கும் ஒன்று !

நம் உயிருக்கு இனமான ஒன்று !

நம் உணர்வுகளின் ஒன்று !

- அதுவே நட்பு !

பைந்தமிழ்ச்செல்வி

நல்ல உறவு

33

அம்மாவின் அன்பு கண்டேன்.

ஆண்டவரின் அடைக்கலம் கண்டேன்.

இன்னிசையின் இனிமை கண்டேன்.

ஈகை என்பதன் அர்த்தம் கண்டேன்.

உண்மை தன்மையின் உருவம் கண்டேன்.

ஊடகங்கள் மூலம் உன்னதம் கண்டேன்.

என் வாழ்வின் முழுமை கண்டேன்.

இவை அனைத்தும் ஒன்றில் கண்டேன்
நட்பு என்னும் நல்ல உறவில் கண்டேன்

புவனேஸ்வரி நாகராஜன்

நீப்பும் நட்பின் யாப்பு

ஞாயிறு ஞெமிர ஞாலமும் ஞெகிழும் ஞானமும் நவிலும்

விஞ்ஞானமும் வளரா காலமும் முன்னே; சாலவும் எழுவாய்

ஆயிரம் பாயிரம் அயனப் பயணம் அலையா நின்று

அறிவால் வென்று குன்றா வளமாய் இன்றும் அழியா

சங்கத் தமிழால்: என்றும் ஞெமியா

யாழின் நாலாம் நரம்பின் பிரிவை உணர்வாய்

உரையா குறையை நானோ நாமொழியலனே!!

நேரா நிரந்தவர் நட்பு விட்டோடி

நிறைநீர் நீரவர் நட்பினைத் தேடி

தீரா அறத்தினை ஏட்டினில் பாடி

ஓராயிரம் அறிவுரையினில் உயர்வுற்றோமே!

நிச்சம் நிபிடமாய் நிழல் போல்

நிகிலமும் நீயென நிற்கும் நட்பினை

நிவேசம் நிவப்பும் நிபந்தனை நீட்டவே

நீத்தார் நீணெறிப் பயணத்தில் நீங்கிட

நித்தியவியக்கமாய் மின்னும் நித்தில நட்பின்

நீப்பைப் பதியும் யாப்பை மட்டும் இழந்தோமே!

இறந்தும் இறவா உறவதையுணர்த்த உயர்திணை

இலக்கணம் இல்லாவிடினும் இயல்பாய் இயம்பும்

இயற்கை உணர்வென இன்று புரிந்தோமே!!

- தாமு

நண்பா!

"நல்பாட்டுக்கு வேண்டும் "வெண்பா"!
பாழ்பட்ட வாழ்வையும் பால்மையமாக்குபவன் "நண்பா"!
உதித்த கருவறையோ வேறு! வேறு!-நாம்
ஊர் சுற்றிய தினங்களோ பலநூறு!-
அதை நினைத்து பாரு!
மனம் அடையும் ஜோரு!!
நம் வளர்ச்சிக்கு "நட்பே" ஆணிவேரு!-
நீ இன்றி என் படைக்கு "தளபதி" வேறு யாரு??
அதை முடிந்தால் நீயே கூறு!!
நீ கோபத்தில் கொச்சைச் சொல்லால் வசைப்பாடினாலும்
எமக்கு கோவைத் தமிழில் நல்இசைப் பாட்டாகத் தான்
ஒலிக்கும்!!
'ஓ' என்று நீ உச்சரிக்கும் சொல்
நம் "ஒற்றுமை"யைக் குறிக்கும்!
நமக்குள் பங்காளிச் சண்டை பல வந்ததுண்டு!-அது
"தலைவெட்டில்" முடியாது "தலப்பாகட்டில்" முடியும்
என் இலையில் பாதி உனக்குத் தானே!
எங்கிருந்தாலும் நீ வாழ்வாய்!
எனக்குள்ளே நீ வாழ்வாய்! நண்பா!!!

- * கு.கோ.தனுஷ்*

என் அன்பு தோழி

ஆசைகள் பல இருந்தன....

ஆனாலும் பயமும் கனவு நிறைவேறுமோ என்று.....

உன்னை சந்தித்த அந்த நாளிலே

என் அனைத்து பயங்களும் நீங்கின.....

மகிழ்ச்சியான தருணங்கள் தினம்தினம் ஏற்பட்டன....

நோயுற்ற காலங்களில் இன்னொரு தாயாய் மாறினாய் நீ.....

விடுதிக்கு வந்தும் என் தாய் இல்லையே என்று ஏங்காமல்

காத்தவள் நீ.....

உன் வெற்றிகளில் என் வெற்றியை கண்டேன்

தோழியெனக் கருதினாய் என்னை

தோற்று விடச் செய்வேனா உன்னை...

என் உடன் பிறந்தோருக்கு இணையானவள் நீ....

நீ இன்றி என்னுடைய வாழ்வு என்றும் முழுமையடையாது...

என் பாதையின் வழிகாட்டியாய் இருந்தவள் நீ....

உன் வாழ்வை என்றும் காப்பவள் நான்....

இன்னும் எனக்கு புரியவில்லை

ஒரு தோழியால் எப்படி தாயின் இடத்தை நிரப்ப முடிந்தது.....

என் வாழ்வில் நீங்கா இடத்தை பிடித்த என் அன்பு தோழியே

என்றும் உன் வாழ்வைவிட்டு நான் நீங்கேன்......

-தனுஷ்மதி சுரேஷ்

என் அன்பு தோழியின் நட்பு...!!

என்றும் தொலைவில் இருந்திடுவாள்

துன்பம் என்றால் துணை நின்றிடுவாள்...

பேசும் வார்த்தைகளை கேலி செய்திடுவாள்,

பேசா மௌனங்களை புரிந்திடுவாள்...

நான் செய்யும் தவறுகளை, சுட்டிக்காட்டிடுவாள்...

நான் செய்யும் நலன்களுக்கு துணை நின்றிடுவாள்...

என் புறம் பேசிடமாட்டாள்,

புறம் பேசினாலும் அது

என் புகழாரமாகதான், இருக்கும்...

துன்பம்,தரக்கூடிய இன்னல்களை போக்கி...

இன்பம் தரக்கூடிய, இன்னல்களை தரும்

நபர்களுக்கு மத்தியில் இருக்கும் ஓர் உன்னத பந்தம்...

என்றாவது ஒருநாள் பிரிவோம் என்று தெரிந்தும்

உண்மையான அன்புடன்

உறவை தொடங்கும் பந்தம் அதுவே நட்பு...!!! –

RDP Dear_kavidhai

ஆயுள் உள்ள வரை நட்பு..!

அகவைகள் பல கடந்தும் மாறாத தோழமைகளும்

வாழ்வின் வரமே..!

நண்பர்கள் இடையே காசு பணம் தேவை இல்லை...!

நட்பிற்கு வயதும் தடை இல்லை..!

எதிர்பார்ப்பு இல்லா ஓர் உறவு நட்பு...

ஆடை உடலைவிட்டு நழுவும்போது

கை அதைப்பிடிப்பதற்கு விரைந்து செல்வதுபோல...

என் கல்லூரி வாழ்வில் துன்பம் வந்த போது

துயர் நீக்கியவர்கள் என் உயிர் தோழர்கள்...!

பாலினம் பாராமல் தொடரும் உறவு நட்பு மட்டுமே..!

புராணங்களும், இதிகாசங்களும் போற்றி சிறப்பித்தது

நல்ல நட்பினை..!

அகவைகள் கடந்து ஆயுள் முழுதும் அழியாமல் தொடரும்

எங்கள் நட்பு..!

- தட்சணாமூர்த்தி கோபி

நட்பின் நாதம்

நட்பின் தொல்காப்பியமோ!!!

முற்றுப்புள்ளி அளபெடை

வேற்றுமையின் குறுக்கம்

அனைத்தும் அறிந்த அகம், புறம் காட்டா வீரம்,

நரைத்த பின்னும் தொடரும் தொகை,

மூன்றெழுத்து முத்தமிழ்,

மூச்சிறைக்க கூறும் முதுமொழி,

சொல்லி தீராத புதுமொழி...

மறம், தரம், வரம், அன்பு கரம் அனைத்தும் ஈகையே!!!

அதை என் பேனா முனை தேயும் வரை எழுதி தீர்ப்பேன்...

-திவ்யபாரதி

இலவசமாக

பல நெருக்கடிகளை சமாளிக்க

அருகே பக்கபலமாய் இருந்தான் இலவசமாக

என் காதலுக்கு புறாவாகி

பல கல்லடியும் வாங்கினான் இலவசமாக..

என் திருமணத்திற்கு எரும்பாய் ஓடி

துரும்பாய் இளைத்தான் இலவசமாக நண்பன்..

அனைவருக்கும் இலவசமாய் கிடைப்பான்..

பொக்கிஷமாய் மதிப்போம்

ஏகுமீனா நாராயணன்

நட்புக்கு நீ....

நஞ்சு இல்லாத நல்லவனோ தெரியாது,

நட்பு என்னும் நெஞ்சம் உடையவன் நீ,..

வஞ்சகம் இல்லாத வாழ்க்கையாளனா தெரியாது

தஞ்சம் என்றால் தரணியையும் தர வல்லவன் நீ,..

கொஞ்சும் மொழி பேசுவாயா என தெரியாது,

என் நெஞ்சத் துடிப்பின் மொழி புரிந்தவன் நீ..

கஷ்டங்களை கருவருக்க வந்த இறையும் நீ,

இஷ்டங்களை நிலைபெற வைத்த நிறையும் நீ..

அறிவுரை வழங்கும் ஆதவனும் நீ,

என் மனவுரை அறிந்த மாதவனும் நீ...

மாயம் புரியும் மன்னவனும் நீ,

என் காயம் அறிந்த தென்னவனும் நீ....

அன்பால் அணைக்கும் அரணும் நீ,

பண்புகளை பரிகசிக்கும் பாமரனும் நீ..

கண்ணீரின் வழி அறியாத போதிலும்

என் செந்நீரின் வலி அறிந்தவன் நீ... நீ,

நீ என்றபொழுதெல்லாம் நீயும் ,

நீயும், என்று என்னை பிரதிபலிக்கும் என் அன்பு நண்பா.

தோழமைக்கு நீ,தோள்கொடுக்க நான்,

நட்புக்கு நாம் ,நீங்க நினைவுகளுடன் தான்.

கோபி இராமச்சந்திரன்..

வகுப்பறை உறக்கம்

சிறிதும் எதிர்பார்க்காத நேரத்தில்

எதிர்பாராத நபர்கள்

சிறந்த நண்பர்களாக

எங்கிருந்தோ வந்தார்கள்...

முகம் பார்க்கா நட்பு

இனம்புரியா உணர்வு என்னுள்

ஒரு கனவு

மலையின் விளிம்பில் நான்

பதறி கண் விழித்து பார்த்தேன்

என்னை தாங்க ஆயிரம் கரங்கள்..

நான் உறங்கியதோ வகுப்பறையில்...

அழகிய வானை கொஞ்சும் முகில்

நம் நட்பு

கௌதம்

உன்னதம்

காற்றின் ஒலி

இசையின் நிசப்த்தம்

இருளின் ஒளி

கைகோர்க்கும் இயற்கையின் தழுவல்

நட்பின் ஆழம்

இவை மனதால் மட்டும் உணரவல்லவை

உணரப்பெறுபவை.

Haarika Kavirala

உன்னதம்

பெண் தோழி

நட்பில் ஒரு மாறுபட்ட அத்தியாயம்.

பெண்மை பற்றிய என் புரிதலை தலைகீழ் ஆக்கியவள்.

ஆண் பெண் மீதான மொகத்தை மாற்றி

பெண்மையின் உணர்ச்சிகளையும்

வழிகளையும் புரிய வைத்தவள்.

சில நேரங்களில் தாயாய் ;

சில நேரங்களில் சகோதரியாய்;

சில நேரங்களில் தோழியாய் திகழ்வாள்.

அக்கறையுடன் அறிவுரைகள் தருவதில் தந்தையை மிஞ்சியவள்.

என் மீதான உரிமையை யாருக்காகவும் விட்டு தராத அவளோ,

சில நாட்கள் பின் வரைமுறைகளோடு பழகி போகிறாள்.

சமூகத்தின் வார்த்தைகளுக்காய்

நம் தோழமை ஏனோ காணாமல் போகிறது....

வெ.ஹரிஹரன்

'நட்பு' என்னும் மூன்றெழுத்து

'நட்பு' என்னும் மூன்றெழுத்து செய்யும் மாயம் தான் என்னவோ!

நான் உன்னிடத்தில் செய்யும் கேலி, கிண்டல்களையும்

சிரிப்பால் அள்ளுவாய்...

என் சிரிப்பின் சோகமும், அமைதியின் காரணம் நீயே

அறிவாய்...

குறைகள் கூறுவாய் கோபம் வராமல்- அதை

நிறைகளாய் மாற்றுவாய் நானே அறியாமல்...

சண்டைகள் வழியே அன்பு முறை வளரும் என அறிந்தேன் உன்னிடம்

என்னை எங்கும் விட்டுக்கொடுக்காத உன் பாசத்திற்கு அடிமை நான்..

பிரிவு என்னும் துயரிலும் பிரியாத என் தோழியே!

தொலைதூர காதல் மட்டுமே வளரும் என்பர்- ஆனால்

நம் தொலைதூர நட்பு அதையும் தாண்டி நீண்டு வாழும்...

நம் இருவரை ஒருசேர அமர்த்திய ஆசிரியைக்கு

நன்றி சொல்வேன் என்றும்...

அறிமுகமற்றோர்களையும் ஒருசீர் வட்டத்தில் கொண்டு வருவது நட்பு

ஒவ்வொரு உறவிலும் நட்பு இருக்குமா என்பது கேள்விக்குறி- ஆனால்

நட்பு அனைத்து உறவுகளையும் உள்ளடக்கும்...

நட்பின் பேர் சொல்லும் அளவு வாழ்ந்து காட்டுவோம்

என்றும் இனிய நண்பர்களாய்...

ஹரிப்பிரியா பிரகாஷ்

யாவும் தோழமை

எனதுயிர் தோழமையே

என் இன்பத்திலும் நீ நின்றாய்

என் துன்பத்திலும் நீ நின்றாய்

இளைப்பாற தோல் தந்தாய்

என் முயற்சிக்கு கை கொடுத்தாய்

என் முழுநேரக் கூகுள் ஆனாய்

கண்களை மூடி கனவுலகில் வளம் வர

கைகோர்க்கும் தோழமையே

என் தவறுகளை சரிசெய்யும் தன்னார்வலரே

என்னிலும் மிகுதியாய் என்னை அறிந்தவளே

நீயில்லா பொழுதெல்லாம்

நரம்பில்லா யாழாய்

நாளும் இழந்து கழிகிறது.

ப. ஜீவிதா

என் தோழமை

அகம் முழுவதும் நின் அன்பைப் பொழிந்தாய்

அதீத அன்பால் நேசிக்க செய்தாய்

கதை கதையாய் அள்ளி தெளித்தாய்

தோழன் என்னும் கர்வம் கொள்வாய்

புள்ளினங்கள் போல வலம் வருவாய்

புதிது புதிதாக கற்று தந்தாய்

புலனம் வழியே சண்டை செய்வாய்

பாசாங்கு எல்லாம் பவ்வியமாக செய்வாய்

பண்புகளில் எல்லாம் சகோதரனாய் இருப்பாய்

நேர்மையுடனே நடந்து கொள்வாய்

எம் வெற்றிகளில் எம்மை விட ஈரட்டிப்பு களிப்பு அடைவாய்

தோல்விகளில் தட்டிக் கொடுப்பாய்

கணப்பொழுதும் வாஞ்சையோடு உடனிருப்பாய்

நேசங்களால் நேசிக்கப்படுவாய்

நம் சுவாசம் எல்லாம் உயிர் நட்போடு பயணித்திடுவோம்

ஜெயாதுரை

நட்பிற்கான இலக்கணம்

அறைகுறை ஆடை அணிந்திருந்த போதும்

ஆலமரத்தடியில் ஊஞ்சலாடிய போதும்

இனிப்பு மிட்டாய்களை வாங்கி உண்ட போதும்

ஈ எறும்பை தேடிப்பிடித்து கையில் அடைத்த போதும்

உத்தமர் போல வகுப்பில் நடித்து ஏமாற்றிய போதும்

ஊர் ஊராய் மிதிவண்டியில் சுற்றி பார்த்த போதும்

எருமையை மேய்க்க ஏழு ஊர் சென்ற போதும்

ஏரிக்கரை எல்லையில் மீன் பிடித்து வந்த போதும்

ஐம்பது நாள் விடுமுறையில் களித்த போதும்

ஒருவரை ஒருவர் விலகவில்லை

ஓராயிரம் துன்பம் நேர்ந்தால் கூட

ஒளவை பாடிய படலை போல

அஃது வாழ்ந்து வந்தோம்

நட்பிற்கான இலக்கணமாய்

த . ஜெயசீலன் (கவிக்குரல்)

நட்(பு)பூ

அன்று எதிர்பாராமல் சந்தித்த உறவு நீ...!!!

இன்று எல்லாவற்றிலும் முன்னிற்கும் கனவு நீ...!!!!

விட்டுக் கொடுத்தலில் அழகையும்...!!!

விடாமல் ஊடல் கொள்வதில் அன்பையும் தருவது நீ...!!!

தட்டிக் கொடுத்தலின் தொடக்கமும் நீ...!!!

தடம் மாறிடாமல் காக்கும் காவல் நீ...!!!

தடுமாறினாலும் தாங்கும் துணையும் நீ...!!!

அளவில்லாத எண்ணங்களையும்...!!!

அளவில் கொள்ளாத துன்பங்களையும்...!!!

அளவே கடந்த ஆனந்தங்களையும்...!!!

அழகே உருவாய் ரசிப்பதுவும் நீ...!!!

ஆண் பெண் என வித்தியாசம் தெரியாது...!!!

ஆண்மை கடந்த பெண்மையும்...!!!

பெண்மையே உருவான ஆண்மையும்...!!!

பன்மைகளாய் நிறைத்தது நீ...!!!

மாதங்களில் மலர்ந்த பூ அல்ல...???

மனங்களில் இணைந்த பூ...!!!

நம் நட்பூ(பு)...!!!

ஜெயஸ்ரீ பொன்னுச்சாமி

அவன்... எனக்கு பிரத்யேகமானவன் தான்!

'உனக்காக அப்படி என்ன செய்துவிட்டான்' என்று
ஆயிரம் பேர் கேட்டாலும்,
என்னை எனக்காய் ஏற்றுக்கொண்டு
பிரிதிபலன் கருதாமல் தோள் சாய்த்துக்கொள்பவன்
எனக்கு என்றுமே பிரத்யேகமானவன் தான்!
'போடா மச்சான்' என்று சொல்வான் தான்,
யாவும் வாய் வார்த்தைகள் என்று நான் அறிவேன்
அவன் உள்ளம் புரியும் என்று அவனும் அறிவான்
அவ்வாறே வேறொருவன் எனை ஏசிப் போக ஒருபோதும்
விடமாட்டான்.
'தோளுக்கு மேல் வளர்ந்த பிள்ளையை அடிக்கக் கூடாது' என்று
என் தந்தையே என்னை அடிக்காத போது,
நான் தவறேதும் புரிந்திருந்தால்
சற்றும் யோசிக்காமல் அவன் அடித்து விடுவான் ஏனென்றால்
யாரோ ஒருவர் பழி சொல்லிவிடக் கூடாதே...
பெற்றதனால் என்னை பேணி காக்கின்றனர்
உடன் பிறந்ததனால் பாசம் கொட்டுகின்றனர்
என்னின் பாதியானதனால் உள்ளம் உருகுகிறாள்,
உறவேதும் இன்றி அவன் ஏன் இருக்க வேண்டும்
என் கிழப்பருவம் வரை எனக்காய் மட்டும் அதனால் என்றுமே
அவன் எனக்கு பிரத்யேகமானவன் தான்!

-ஜெ.வி.க

வேரூன்றிய பந்தம் நட்பு

51

என் மௌன மொழியின் அகராதி நீ,

என் தளர்ந்த மனதின் ஊன்றுகோல் நீ,

என் தனிமையின் பகைவன் நீ.

உன் கைகள் என் தோள்களை தழுவுகையில்

கண்ணிராய் கரையும் சோகம்.

உன் அருகாமையில் என் துயரம் கூட இன்பமாய் மாறும்.

நித்தமும் கடக்கும் மேகமோ,

நிறுத்தத்தில் பிரியும் இரயில் சிநேகமோ அல்ல நம் நட்பு.

மரத்தை தாங்கும் வேராய்,

மண்ணை காக்கும் நீராய்.

மனதில் ஊன்றிய பந்தம்

அதுவே அதன் சிறப்பு.

-கமலப்பிரியா

தோழமை

சிரிப்பை விதைப்பவன் கடவுள் என்றால்,

அரவணைப்பில் அன்னையாக,

வாழ்க்கையில் வழிகாட்டும் தந்தையாக,

சேட்டை செய்யும் குழந்தையாக,

குணத்தில் கோமாளியாக,

இன்னல்களில் தலைசாய

தோல்கொடுக்கும் காதலன் / காதலிக்கும் மேலாக,

உயிரையும் விட உண்ணதமான,

யாவரையும் அனாதை என்று சொல்ல இயலாத,

ஒரே உறவு இவன் / இவள் நட்பு எனும் பெயரினில்.

பயந்தோரும் பாதியில் விட்டுச் செல்ல,

எனது இறுதி பயணம் வரை தோல் கொடுப்பான்.

அதிகம் சிரித்த நாட்களும் இவனோ(ளோ)டு தான்,

அழுது பகிர்ந்த விடயங்களும் இவனோ(ளோ)டு தான்,

மண்ணுக்குள் சென்ற உடல் மக்கிப்போனாலும்,

இவர்களுடைய நினைவுகள் உலகை விட்டு மறையாது.

நா. கார்த்திக் ராஜா

சகி

உச்சிக்குடும்பிக் காலம் முதல் உறுதுணையாய் உடனிருப்பவள்,

உயிரில் இருந்து ஈன்றவர்கள் கூட

என் ஆசையை அலட்சியப் படுத்தினர்,

"உன்னால் முடியும்" என அவள் கூறிய வார்த்தைகளே

வலிக்கு மருந்தாகின,

அவளோ, என் ரகசியத்தின் பெட்டகம்,

என் புலம்பல்களின் பதிவு கொண்ட புத்தகம்,

கடந்து வந்த பாதையில் எல்லாம் சுவடுகளாய் அவள் பிம்பம்,

கண்ணீர் சிந்தும் வேளையில் எல்லாம்

கைக்குட்டையாய் அவள் என் கண்முன்,

தினசரி சண்டைகளில் எல்லாம் திமிரில் அவள்,

என் வார்த்தைகளை பின்பற்ற கூடாது என்பதில் பிடிவாதத்தின்

மகள்,

மறந்து சென்ற அவனை மறக்க முடியாமல் மடி சாய்கிறேன்,

மருந்தாக அவள் மாறிய அதிசயம் காண்கிறேன்,

அறிவியலில் ஒரு சிறு திருத்தம்,

நமக்காக துடிக்கும் இதயம் நம்முள் தான் இருக்கவேண்டும்

என்பதல்ல,

சிலசமயங்களில், இம்சிக்கும் ராட்சசியாக கண் முன்னும்

இருக்கலாம்..

- கவி

காதல் இல்லா நட்பு

அறியாவயதில் அவனை கண்டேன்

இணைபிரியா நட்பு இடைவெளி இல்லா பயணம்

தோளோடு சாய்த்து கொண்டோம் தோழமையால் !!

விரல்கள் பிண்ணிக் கொள்ளும் விவரம் அறியாததால் !!

காதல் இல்லா நட்பு கறவைபால் போலவே !!

நடு இரவில் தீராத உரையாடல் முழு இரவில் மாறாத அன்பு !!

என் மனம் விரும்பியதை விரும்பிய வண்ணம் செய்தான் !!

திகட்டாத பேச்சு

திமிரான கோவம்

நிலையான நட்பு

நிஜமான பந்தம்

முழு நேர உரையாடல் முடிந்த காலம் கடந்து வாழ்வின்

முழு நேர நினைவாக மலர்ந்தது நினைவிலேயே வாழ்கிறோம் ...

தொலைதூர பயணம் தொலைந்துவிடா அழைப்பு

கண்ணுக்கு எட்டாத தூரத்தில் அவன் எங்கோ !!

கட்டியவனோடு நானோ இங்கே !!

க(ம)விதா கற்பனைகள்

ஆத்ம துணை

அன்னையின் அன்பே

ஆசானின் ஆதிக்கமே

இம்சையின் இருப்பிடமே

ஈதலில் ஈசனே

உடம்பில் உயிராய் உறைந்து

ஊக்கத்தை ஊற்றுவித்தாயே!

எனக்கு எமனாய் திகழ்ந்தாலும்

ஏமாற்றா ஏகனாய் இருந்தாயே!

ஐயங்கள் நீக்கியே

ஒருவராய் ஒன்றிணைந்தோம்

ஓடையாய் ஓடிய நாட்களை

ஒளடதமாய் ஏற்கிறேன்

(ஃ)முப்புள்ளியாய் உன்னைச் சுற்றியே!!!

-காவியா ரவிச்சந்திரன்

நட்புக்காக..

நித்தம் தேடும் அழகான முகம்........

நித்திரை இல்லா பொழுதில் நிஜகதை பேசும் மந்திர குரல்.........

என்னின் ஏற்ற இறக்கங்களில் என்னோடு நடந்த

பிம்பம்..............

விழிகளில் வழியும் கண்ணீருக்கு காரணம் அறிந்த ஒரே

இதயம்.........

வெட்டி கதை பேசினாலும் எந்தன் உணர்வு அறிந்த மனம்

அது........

மாயாஜாலம் காட்டும் விழி என்னுள்

பல மாறுதல் தந்த மொழி

முக்காலத்திலும் எந்தன் விரல் பிடித்து நின்ற உயிர் அவள்......

உயிர் நோக துடித்த போதும்

உலகம் மறந்து சிரித்த போதும்

என்னை மட்டும் தேடிடும் அவள் தான் என்னவள்.........

மறுஜென்மம் என இருப்பின் மீண்டும்

உந்தன் தோழியாக ஜனனம் வேண்டும் –

keerthana sri

நட்பென்பது...!

57

இரை தேடும் சிற்றினம் போல்

இயங்கும் இப்பெருவாழ்வில்

குறை கூறா உறவொன்று கேட்டவுடன் கிடைப்பதுண்டோ

நிறைவென்ற ஒருசொல்லை நினைக்காத அட்சயம் போல்

வரை இல்லா பேரன்பு வேறெங்கும் கண்டதுண்டோ

பகை மூட்டி வினை செய்யும் புதர் போன்ற மனம் கூட

நகை செய்து நயந்தாட நட்பொன்று கேட்குமடா

சிகை மேனி நிறந்தோலில் சிக்காத நட்பிதனால்

புகையும் தன் தோள் சேர பன்னீரை தேடுமடா

இரா.லாவண்யா செந்தில்

என்றும் என் தோழியே

என் புத்தகங்கள் முழுவதும் படித்தவள் நீ

என் பிழைகள் கண்டு சிரித்தவள் நீ

சிரித்துக்கொண்டே திருத்துபவள் நீ

உன்னை முழுவதும் படித்தவன் நான்

உன் பிழைகள் கண்டு ரசித்தவன் நான்

நம் புத்தகம் ஒருபோதும் தொலையாது

நம் நட்பு என்றும் மறையாது

தொலைவில் பிரிந்தாலும் நிலா

தினமும் உன் கண்ணில் படும்

பலநாள் பிரிந்தாலும்

நம் நட்பு என்றும் என்னில் படும்

MachJoke

தோழன்

பத்து காசு புண்ணியமில்லை

பாசத்துக்கு பஞ்சமில்லை

பாஞ்சாலியே வந்தாலும்

பகைவனாகி போனதில்லை

கோழி குழம்பு வச்சா போதும்

குளிக்காமலே ஓடி வருவான்..

அரளிவிதையை அரைச்சி வச்சாலும்

அசையாமல் சாப்பிடுவான்!

ஆத்துமணலில் கோவில் கட்டி

ஆண்டவனை கும்பிடுவான்..

"குடும்பாய்" கட்டி இடித்தலும்

கூட சேர்த்து அழுத்திடுவான்...

வீட்டுப்பாடம் செய்யாமல் வீதியில சுத்துனாலும்,

வாத்தியார் கிட்ட அடிவாங்க துணை ஒன்னு காத்திருக்கும்...

அம்மாவுக்கு பெத்தபுள்ள நா ஆனாலும்

தத்துபுள்ள அவனுக்கு செல்லம் கொஞ்சம் அதிகம் தான்..

நெடுஞ்சாலையாய் நீளும் இந்த நட்புக்கு எல்லை கோடுகள்,

நானும், அவனும்.....

அருவி கு. மணிகண்டன்

நவரச நட்பு

மழலை முதல்

உடல் மடியும் வரை

வயது அறியாது

செய்வது தெரியாது

ஓர் தட்டில் உணவருந்தி

ஒன்றாக உறக்கமாகி

பகிர்ந்து பழக

பணம் வேண்டாம் பாசம் போதும் என்ற மனமாகி

உடை மாற்றி ஊர் சுற்றி தொலை தூரம் பயணமாகி

கேளிக்கை கிண்டல் இசையாகி

தீங்கு ஏதும் பாராது நன்மை அன்றே செய்து

உறவுகளை வலுவாக்கி உயிர் பிரியா நினைவாக்கி

கஷ்டம் என்னும் பாதையில்

கை தூக்கி கண்ணீர் வராது

கை துடைத்து வசந்த மலர்களால் வாடாத வண்ணமாக

வாசம் வீசும் அற்புத அரவணைப்பு நட்பு.

Mohamed Umair

இதன் பெயர் நட்பு

முன்னாள் பெய்த அடைமழை நீரை விழுங்கி செழித்தாலும்

மறுநாள் சூரியன் எரிக்கையிலே

ஈரம் காய்ந்து வறண்டிடுமே சதுப்பு நில பூமி !

அதுப்போல, தோழ"மை"யின் மைப்பூசி அன்பு அலங்கரித்து

விடிய விடிய நொடிகள் பொழுதும்

சொற்கள் பரிமாறி நட்பில் இளைப்பாறி

வாழ்க்கைக் கதைகள் முற்றும் கதைத்தாலும்

மறுநாள் காலை நாம் பிரியும்பொழுது

மொத்தம் வெருண்டிடுமே என் மனப் பூமி !

இதன் பெயரும் நட்பென்பதில் எனக்கோர் மில்லியன் சுவை !!

மோனிகா சண்முகம்

யாதிலும் நட்பே

கல்வியுடன் நட்பு அறிவின் திறப்பு

விளையாட்டுடன் நட்பு உடல்வலிமையின் அதிகரிப்பு

மதுவுடன் நட்பு மரணம் தான் மீட்பு

புகையுடன் நட்பு இதயத்திற்கு வேட்டு

பகைவருடன் நட்பு பாதாளம்தான் இருப்பு

நல்லவருடன் நட்பு அன்பின் சேமிப்பு

பொய்யுடன் நட்பு பிறப்புக்கே இழுக்கு

இயற்கையுடன் நட்பு புத்துணர்ச்சியின் வெளிப்பாடு

பணத்துடன் நட்பு வந்துவிடும் இறுமாப்பு

தொலைக்காட்சியுடன் நட்பு தொலைந்துவிடும் சுறுசுறுப்பு

கைப்பேசியுடன் நட்பு ஆரோக்கியத்திற்கு ஆப்பு

நம்பிக்கையுடன் நட்பு வெற்றியின் வழி நடப்பு

கவிதையுடன் நட்பு கற்பனைகளின் மிதப்பு

யாதிலும் நட்பே

நட்போடு வாழ்வோம்... வளர்வோம்...

செ. மோனிஷா

ஒப்பிலா உறவு

உரைபடும் பகுதியாய் நான்

உரைக்கும் தீ குச்சியாய் அவன்

என் வாழ்வின் ஒளி விளக்கை ஏற்ற

சிரித் தெரிந்து ஒளியேற்றிச் செல்லும்

உயிர் துன்பங்களில் முதலில் தேடப்படும்

இன்பத்தில் நூற்றில் ஒன்றாய்

என் இன்பத்தில் இன்பிக்கப் பிறந்தவன்

என் துன்பத்தில் முதலில் நிற்கப் பழகியவன் தோழன்

உறவுகளுடன் ஒப்பிட முடியா உயர்ந்த உறவு தோழமை

முரளி பழனிசாமி

தோழி வாழ்வியல் துணை

விரலில் குளிர் பரப்பும் மருதாணிக்கு

என்றோ தொலைந்துபோன தோழியின் வாசம்..!!

நேர்த்தியாக சேலைக்கட்டும் போதெல்லாம்

அதை பழக்கி விட்ட அவளின் சாயல் ..!!

அடர்மல்லியை கட்டுகையில்

அதன் மேனியெங்கும் அவள் கூந்தலின் ஸ்பரிசம்...!!

கொண்டாட்ட சமயங்களில்

எனதலங்காரங்களில் எல்லாம் அவளின் வனப்பு..!!

வாழ்வின் வழிமுழுதும்

அவளது பாதச்சுவடுகளுடன் நான்..!!

மைவிழிச்செல்வி

என் விடுதி நாட்கள்

அன்று என் விடுதி நாட்களின் முதல் நாள்;

எங்கிருந்தோ வந்தாய் எனக்காக!

யாரும் இன்றி தனிமையில் வாடினேன்;

எனக்கு யாவுமாய் நீ இருந்தாய்!

என் முகம் வாடினால்,

அடுத்த நொடியே நீ அறிவாய் !

நூற்றுக்கணக்கானோர் இருக்கும் இடத்தில்

நீ மட்டுமே என் கண்களுக்கு ஒளியாய் இருந்தாய்!

நான் மனம் உடைந்து போன நிலையிலும் ;

உன் வார்த்தைகளே எனக்கு மருந்து!

ஆண்டுகள் கடந்தாலும் ஒன்றும் மாறவில்லை ;

தூரத்தை தவிர!

ஆயிரம் பேரை கடந்தாலும் ;

எதுவும் நம் நட்புக்கு ஈடாகாது !

தன்னலமற்ற ஒர் புனிதமான உணர்வு!

Dr. நந்தினி. ஜெ

தோள்கொடுப்பான் தோழன்

அன்பு காட்ட நண்பன் இருந்த நாட்களில்,

அன்னை மடியை தேடியதில்லை.

அழுது புலம்பிய தினங்களில் கட்டியணைத்து

அவன்கூறும் ஆறுதலை கேட்டபின் வாடியதில்லை.

ஆகாரத்தை அள்ளி ஊட்டுகையில்,

அடைந்தோமே ஆனந்தத்தின் உச்சம்.

ஆருயிர் தோழன் உடனிருக்கையில்,

ஆபத்தைக் கண்டு எனக்கில்லையே அச்சம்.

தடுமாறிய மனம் தடம்மாறி செல்லும் போது,

தட்டிக் கொடுக்காமல் தட்டிக் கேட்கும் என் நண்பனை பாரு.

முகத்தை பார்த்து அகத்தில் உள்ளதை

முன்னரே கண்டறியும் நண்பனைப் போல

வேறொருவரை கண்டது உண்டா கூறு?

எதையும் எதிர்பார்த்து செய்யும் உறவினர்களுக்கு மத்தியில்,

எதிர்பாராத நேரத்தில் தோள் கொடுக்கும்

தோழனே சிறந்தவன் இந்த அகிலத்தில்...

(உயிர்த்தெழு) நதியா

அழியாமல் நீ

ஒரே சாதியும் இல்லை

ஒரே இரத்தமும் இல்லை...

ஒரே வயிற்றுப்பிறப்பும் இல்லை...

ஆனால், என்னுயிர் அவன்.

உன்னை என்னவென்று சொல்ல...

தாய்க்கு தாயாய் தாலாட்டு பாடியவனே,

தந்தைக்கு தந்தையாய் தட்டிக்கொடுத்தவனே...

காதலும் கடந்து போகும்,

உலகமும் உருவற்று போகும்...

வெற்றியிலும் நீயே,

வலியிலும் நீயே...

வாழ்வின் அழியா நினைவுகளிலும் நீயே..

என் நட்பாய்...

நிவி

இருள் சூழா உறவு

இருள் என்னும் காட்டிற்குள் மாட்டிக் கொண்டு இருந்தேன்

சிறை அடைந்தேன் நட்பு என்னும் கூட்டிற்குள்

கூட்டிற்குள் பல பறவைகளோ

நண்பன் என்னும் பட்டம் பெற்று இருந்து

நான் அங்கு சென்றதும் புன்னகை வீசி

அன்பை சூடி பாசத்தை,

நேசத்தை பரிசாகக் கொண்டுத்தனர்

நானோ நட்பு என்னும் பூவை சூடி கொள்ள ஆசைப்பட்டேன்

இருள் என்னும் தனிமையை மறந்து!

நோபிள் இனிதா ஜெ

உறவு

பிறந்தோம்,தவழ்ந்தோம்,வளர்ந்தோம்.,

பார்த்தோம்,பேசினோம்,பழகினோம்.,

ஒன்றாக இணைந்து சுற்றி திரிந்து

அன்பை பரிமாறிக் கொண்டோம்.,

பல இன்னல்கள் நேரும் போதெல்லாம்

எனக்கு நீயும் உனக்கு நானும்

ஆறுதல் கூறிக் கொண்டோம்.,

சண்டைகள் பல வந்தபோதும்

மன்னிப்பே கேட்காமல் பேசிக் கொண்டோம்.,

ஏனோ அவரவர் குடும்பம் என்றானபோதும்

ஒரே குடும்பமாக பழகினோம்.,

சில நேரங்களில், என் உயிர் எடுப்பவனும் நீயே.,

உயிர் கொடுப்பவனும் நீயே..

என் உணர்வுகளுக்கு உருவம் கொடுப்பவனும் நீயே.,

என் உயிரை (காதல்) என்னோடு சேர்த்து வைப்பவனும் நீயே.,

இப்படியாக, நீயும் நானும் நாமானோம்

இந்த நட்பில்...

க. பார்த்திபன்

நீயும் நானும்

நட்பில் தோன்றிய ரெட்டையர்களாய் நீயும் நானும்...

ஆழ் கடலில் தேடிக்கொண்டிருக்கிறேன்

உன் போல் இன்னொரு ஆழமான நட்பு கிடைக்குமென்று ...

உன்னோடு கழித்த அந்த நாட்கள்

இனி இரண்டு இடங்களில் நிலைத்து நிற்கும்..

ஒன்று என் மனதில்..

மற்றொன்று என் குறிப்பேட்டில்..

நட்பு என்னும் மூன்று எழுத்துத் தொடர்பால்...

மூன்று ஆண்டுகள் இணைந்திருந்தோம்...

இனி வரும் காலங்களிலும்

இணைந்தே இருக்க நினைக்கிறது...

உனது இணை பிரியா தோழியின் மனம்...

Pavithra AG

என்னவன்!

தூவல் நாசிவிட கூர்மை

அவன் அன்னத்திலும்

மற்றவர் கன்னத்திலும்

பாரபட்சம் காட்டாதவன்

எச்சொல்லிற்கும் இச்சொல்லின் அர்த்தம் அவன்

இவறல் எனும் சொல்லிற்கு பாதகம் அவன்

காதலின் சொல்லிற்கு முன்னவன் அவன்

தேங்கி நின்றபோது வாழையாய் நின்றவன்

எம்மொழி அறிந்த போது கிடைத்த வரமவன்

சிந்திய செந்நீரையும் வடிக்கும் சிற்பியவன்

வாழ்வின் அற்புதம் அவனே நண்பன்!

Pencil_kevin

நண்பர்கள்

உயிராலும்,

மெய்யாலும் நம்முடன் பிறவா உயிர்கள்.!!

வார்த்தையிலும்,

வாழ்க்கையிலும் நம்முடன் பிறந்த உறவுகள்.!!

காலப் பருவங்கள் மாறும்போதெல்லாம்

நம்முடன் மாறாது வாழும் ஒட்டுண்ணிகள்.!!

தோல்வியைகூட தோற்கடிக்கும் வெற்றிப் படிகட்டுகள்.!!

உடலுயிர் இல்லாதுகூட வாழ்ந்திடலாம்..!!

நண்பர்கள் இல்லாது வாழ்க்கை ஏது.??

வாழ்வும், சாவும்

நண்பர்கள் துணை இல்லாது நகராது.!!

- பிரியதர்ஷினி அ

நட்பின் பெருமை

முகமறியா மொழியறியா இனமறியா இணையும் ஓர் உறவு
நண்பன்....
வலியை பகிர்வதிலும் வலியை தெளியவைப்பதிலும்
வலிமை தரும் ஓர் சொல் "மச்சான்/மச்சி நான் இருக்கேன்

விட்றா"...
ஆசிரியர் சொல்லிகொடுத்த பாடம் புரியாது
அரைமணிநேரம் ஆறுமாத பாடமும் தெரிந்து அறிந்து விடும்
அவன் (ள்) ஆசிரியராக உருமாறுகையில்.....
கல்லூரி விடுதியில்
பல்துலக்கும் பற்பசையிலிருந்து
உடுத்தும் உடை வரை சரிபங்கே....

"என் நண்பனை போல் இன்னொருவன்
இப்பிரபஞ்சத்தில் இருப்பானாயின்
அவன் மகனாகத்தான் இருந்திடக்கூடும்"...
நரைபருவம் எய்தி மூக்குகண்ணாடியை
சரிசெய்து கொண்டிருக்கும் வேளையிலும் இதே கேலி
கிண்டல்களோடு....

"மச்சான் அவ உன்ன தான் பாக்குறா
மச்சி அவன் உன்ன தான்டி பாக்குறான்" என

பொய்பேச்சை பேசிட வேண்டும்....
துயரென்றால் திரும்பிபார் உன் துயரைதுடைக்க
என் கரங்கள் இருக்கும் எந்நாளும் எந்நேரமும்.
பிரிவில்லா நட்பே பிரியமுடன் வாழ்த்தி மகிழ்கிறேன்
உன் நட்பின் பெருமையை எண்ணி.

PRIYATHARSINI. M

நெஞ்சில் ஈர்ப்பு

எந்தவம் தாய் தவிர

தோழமை உதிர் வேறும்

பற்றும் திரியா உள்ளன்போடு

அகம் இறுக்கி வாழ்வில்

சுவை ஊட்டி கின்டலும்

கலக்கங் குறைதீர வருகுவை

நொடி நித்தம் அன்பாய்

கொடி தாண்டி விளங்கிடுதோ!

ஆருயிர் அணைத்து நன்று

தீதும் உடன் காட்டி

பருவும் மறவும் காலம்

துணை கொண்டு நில்லும்

செழுமை தவப்பேறு உண்டோ

கடுமை நிலை குழைக்கும்

சிரிப்பில் மர்மம் எத்துனையோ

தோழமையும் வாழ்வு முழுதும்.

- சூர்யா சிவன்

நட்பெனும் உறவு

வேதம் சொல்லும் பேதம் யாவும்

பொய்யாய் போன உறவிதுவே

என் வாழ்வின் அனைத்துப் பக்கத்திலும்

உன் பெயரது உடனே தோன்றுவதே

குறும்பு முதல் குழப்பங்கள் வரை

ஒன்றாய் நாம் எப்போதும்

காயமது ஒருவர் கொண்டால்

உயிர் வரை வலித்திடும் எப்போதும்

தோல்வியில் துவண்ட போதெல்லாம்

என்னை தூக்கி நிறுத்திய தூணாக

சோதனையின் போது உன்னை

தேடும் அபலை நானாக

நட்பெனும் ஒற்றை உறவதுவே

அது இல்லா வாழ்க்கை வாழ்வல்லவே......

ராம் மோகன்

நட்பின் சாட்சி

(பள்ளி முதல் நாளில்) வலக்கை தூக்கி

நான் தொட்ட இடக்காதும் சாட்சி...

சத்துணவு முட்டைக்குச் சண்டையிட்டு

மண்டியிட்ட மரத்தடியும் சாட்சி...

(பரிட்சையில) என் பேனா விக்கி நிற்க

மேஜை மீது நீ வைத்த சொட்டு இன்கு கறை சாட்சி...

வியாச முனி அவன் கண்ட கர்ணன் கூட பின்ன தாண்டா

மச்சி உன் நட்பு முன்ன...

ராம்.

காதலை விட மேலானது

நானாக நானும்

நீயாக நீயும் என்றும்

நாமாக நாமும் இருக்கும் நல்லதொரு உறவு!!!

வார்த்தைகளில் அன்பை என்றும் சொல்வதில்லை

வாடி நிற்கும் போது விட்டு பிரிவதும் இல்லை

வந்த துன்பம் எதுவாயினும்

உந்தன் ஆறுதலில் அது மறையும்

கோபமான வார்த்தைகளில் பல நேரம் கடிந்தாலும்

மறு நேரம் அது கொஞ்சும் அன்புதான்

காதலை விட மேலானது

என்றும் கலங்கமில்ல நம் நட்பு!!

-மு.ரஞ்சனி

நட்பே துணை!

நட்சத்திரங்கள் சங்கமித்து

நட்பெனும் சமுத்திரமானால்,

நாளிகையும் நாட்காட்டியும் நகர்வது சாத்தியமல்ல..

கருவரைத்தோட்டத்தில் மலர்ந்த கவரிமான் நட்பு!

தவறுகள் இருப்பினும் தன்மை மாறுவதரிது,

பொறுப்புதுறப்பு இல்லை,

ஏற்றத்தாழ்வு இல்லை,

எல்லைகள் இல்லை,

இடர்பாடு இல்லை,

இடுகொட்டிலும் தடம்பதிக்கும்..

அனைவரும் மறந்த ஐந்தாம்வேதம் நட்பு!

அடுக்கிவைக்கப்பட்ட நூலகமாய்

நினைவுகள் நீச்சலடிக்கும்..

ஹிட்லரும் நண்பனருகில் சார்லி சாப்ளின்,

திகட்டா இன்பமும்,

திடுக்கிடும் சண்டைகளும்,

அந்தி வானமாய் அங்கம் சிலிர்த்திடும்...

ப. தமிழினியாள்

நட்பின் சிறுதுளி

நட்பின் அழகை சொல்ல

நாழிகைக்கு ஓர் கவியும் போதாது

நான் என்பதை அழித்து

நாம் என்பதன் பிறப்பிடம் அது...

நைல் நதியின் நீளமும்,

நயாக்ராவின் உயரமும்

நாம் கண்ட கடல் அனைத்தின் அகலமும்

நட்பின் ஒரு துளியில் மூழ்கிடுவது...

நாட்கள் பல கடந்தாலும்

நலிவென்பது காணாதது

நம்பிக்கை அற்ற வாழ்வையும்

நங்கூரமாய் தாங்கி பிடிப்பது...

நட்பின் நிழலையும் நம் சாதி மதம் அண்டாது

நம்முள் எப்போதும் பேதம் ஏதும் வேண்டாது நட்பே

சிறப்பென்று நித்தம் நீ வேதம் ஓது...

-இரசிகன்

காலமெல்லாம் நிலைக்கும் நட்பு

உள்ளத்தில் நிறைந்து...

உணர்வுகள் உணர்ந்து...

நினைவில் திளைத்து...

வலிகள் பகிர்ந்து...

நல் வழிகள் காட்டி...

அன்பில் ஆழ்த்தி...

இன்பம் பொழிந்து...

இன்னலில் உதவி...

தலைக்கனம் தகர்த்து...

துவளும்போதெல்லாம் தழைக்கச்செய்து-

தலைநிமிரச்செய்து...

காலமெல்லாம் நிலைக்கும் ஆழமான அன்பு

நம் நட்பு...!!!

ச. த. ரேணுகா,

நீ ...நான்.....

ஏகாந்த சோலைகளில் கைகோர்த்து

என்னுடன் நடை போடு!

என்றாவது அயர்ந்தேனெனில்

தலை சாய உன் தோள் கொடு!

பிரபஞ்சங்களின் பிரளயங்களின் அறிவியலை

கடவுளை கலந்து பேசு!

பின்னிரவு நேரத்திலும்

என்னுடன் எனக்கான கவிதை பாடு!

மறுதலிப்புக்களின் துரோகங்களை

மறுபிறவி கொடுத்து சரி செய்!

மற்றுமொருமுறை எனை நானே சரி செய்ய

எனக்கொருச் சலுகை கொடு!!!

ஊர் உனை காதலன் எனச் சொல்லட்டும்

அவ்வையாகும் வயது வரை

நீ என் அதியமானாய் இருந்திடு!

இத்தனைக்கும் சம்மதம் எனில் வா

நாம் மரணம் வரை நட்பு செய்வோம்!!!

வேகவதி

நாமும் பணக்காரர்களே...

எங்கோ பிறந்து எங்கோ வளர்ந்து
நான் என்ற வார்த்தை நாம் என்று மாறிய தருணம்..
தொடக்கப்பள்ளி தொடங்கி வாழ்வின் பல இடங்களில்
நாம் சந்திக்கும் பலரில்
நம் மனதில் நீங்கா இடம் பிடித்தவர்கள் அவர்களே நண்பர்கள்...
ஆரம்பத்தில் சிறு தயக்கத்துடன் தொடங்கும் நட்பு
நாளடைவில் வாழ்வின் பிடிப்பாய் மாறிவிடும்...
மகிழ்ச்சியில் இணைந்ததை விட
கஷ்டங்களில் கை கோர்த்ததே அதிகம்...
கீழே விழுந்து ஏற்பட்ட அடியோ
காதல் வழியே நான் அழுகையில்
அவர்கள் சிரித்து என்னையும் சிரிக்க வைப்பவர்கள்...
என்னை பற்றி என்னை விட அதிகம் தெரிந்தவர்கள்
அவர்களே...
உணவோ பாசமோ ஒருவருக்கொருவர் பகிராமல்
இருந்ததில்லை...
ஆண் பெண் என்று பாராமல் இணைந்தோம்...
அன்று தெரியவில்லை
அவர்களே வாழ்வின் மிக பெரிய அங்கமாய் மாறுவார்கள்
என்று...
இன்றுபோல் என்றும் தொடரும் நம் நட்பு
நம் அனைத்து சூழ்நிலைகளிலும்
நமக்காய் நான்கு நண்பர்களை சம்பாதித்திருந்தால்
நாமும் பணக்காரர்களே...

சந்தியா ஜெய்சங்கர்

நட்பின் சுவாசம்

புரியாத உறவொன்று!

அறியாத உணர்வொன்று!

வார்த்தைகளில் வருணிக்க இயலாத வயதில்

விரல் பிடித்து உடன் வந்தன!

பகிர்வது யாதென்று உணரும் முன்பே பகிரச் செய்தன!

விடையின்றி தவித்த பொழுது

கேள்வியின்றி விடையும் அளித்தன!

ஏனோ, சில தருணங்களை மறக்கவும் இயலாது,

மனம் அதைக் கடக்கவும் முயலாது!

என்னால் எனக்கு கிடைத்த உறைவிடம் அல்லவா நீ!

நிறையும் குறையும் இருந்தாலும்,

நீங்காமல் நித்தமும் இருந்திட வேறொன்று இல்லை,

எதிர்ப்பார்ப்பை எதிர்பாராத

நட்பு ஒன்று மட்டும் போதும்!!

சங்கவி. க

நட்புடன் ஒர் பயணம்

பள்ளியில் தொடங்கி

கல்லூரி வரையிலான ஒர் அழகிய பயணம்,

சில சமயங்களில்

இந்த பயணம் நம்மை கண்கலங்க வைத்து விடும்,

எனினும் ஆயிர கணக்கான நினைவுகளை

அது பரிசளிக்கும்,

இதயத்தில் அன்புடன் தொடங்கி,

இறுதி ஆண்டில் கண்ணீருடன் வழியனுப்பி வைக்கும்,

பயணம் சிறியதோ பெரியதோ,

என்பதையும் தாண்டி அதில் கிடைக்கும்,

எல்லை அற்ற அன்பு நட்பாக என்றும்

நம் மனதில் நீங்காத இடம் பிடித்திருக்கும்... –

L. Santhiya

கல்லூரி தந்த நினைவாய்

85

கனவுகளின் பிறப்பிடமாய்

நிகழ்வுகளின் நினைவிடமாய்

கலப்படம் இல்லா கல்லூரி தந்த நினைவாய்

விட்டுச்செல்லும் உறவுகளுக்கு

பிரிவு எனும் தொடக்கமாய்

காலம் கடந்தும்,

நெஞ்சின் நினைவாய்

நினைவின் பரிசாய்

நம் நட்பு

நட்பின் நினைவுகள் இல்லையென்றால்

இதயம் ஒரு கல்லறை தானே...

சந்தோஷ் குமார் கோபால்

என் நண்பனே!

நம் நட்பின் மதிப்பினைக் காட்டிலும்,

நவரத்தினங்களின் மதிப்பும் மிகக் குறைவே!

இனிமையான இன்ப வேளையிலும் சரி,

கடுமையான துன்ப வேளையிலும் சரி,

என் உடன் நின்றாயே!

தாய் தந்தையை பிரிந்து வாடும் வேளையில்

என் தாய் மடி போல

உன் தோள் சாய தந்தாயே!

தத்தளிக்கும் கப்பலுக்கு வழி காட்டும்

கலங்கரைவிளக்கம் போல

என் வாழ்வில் வழி காட்ட வந்தாயே!

நீ செல்லும் இடமெல்லாம்

சொல்லாமல் நடந்த என் கால்கள்,

அது மரணமே என்றாலும்

உன் உடன் வர மறந்திடுமோ!!!

சந்தோஷ் வேலு

என் சின்னஞ்சிறு சேமிப்பு!

அ என்றெழுதும் போதே,

ஆ வாக பின்தொடர்ந்தவன்,

இதயத்தால் இணைந்து,

ஈட்டமாய் இருந்து

உணர்வுகளைப் பகிர்ந்து,

ஊக்கங்களை கொடுத்து,

எதிர்ப்பார்ப்புகள் ஏதுமின்றி,

ஏமாற்றங்களில் உடன் நின்று,

ஐயங்களை அழித்து,

ஒரு உயிராய்,

ஓராயிரம் ஆண்டுகள் ஆனாலும்,

ஔவியம் சிறிதளவும் இல்லா,

சிறுக சிறுக சேர்த்த,

என் சின்னஞ்சிறு சேமிப்பு- நட்பு!

-சதாக்ஷி. சி

தோழமை என்னும் தாய்மை

சொல்லாமல் கொள்ளாமல் உள்ளத்தில் நுழைந்து

அன்பெனும் மருந்தால் மனதினை வருடி

மெல்லமெல்ல எனை மாற்றி நெறிபடுத்தி

அன்பினில் அன்னையாய்,

அறிவுரையில் அப்பனாய்

அரவணைப்பில் அக்கையாய்,

அடம்பிடித்தலில் தங்கையாய்

துவண்ட பொழுது தட்டிக் கொடுத்து

அழுத பொழுது தோள் கொடுத்து

நித்தமும் என்னைச் சுமக்கிறது இவ்வுறவு

முத்தமிழிலும் வார்த்தைகள் கிட்டவில்லை

பரமனே இந்த உறவினை வரிகளில் வர்ணிக்க!

கல்லறை சேர்ந்தாலும் நீயும் மன்னனே

தோள் கொடுக்கும் தோழமை உள்ளவரை

Selva Kumar D (கவி சிதறல்)

நட்பெனும் பேராற்றல்

மழை ஓய்ந்ததும் ஆடை உலர்த்தும்

வெற்றுகொடி அமர்ந்த துளிகளாய்

ஒன்றாக பொதுச்சுவரில் உறைந்து களித்த தருணம்

மழையில் பூத்த வானவில்லின் வண்ணமாய்

நெஞ்சில் இனிக்கும்!

மாசற்ற கர்ணனின் நட்பு போல்

அகமலர்ந்த நல் நட்புக்கு

நாலா திசையில் நயவஞ்சகம் சூழந்தாலும்

நெறி தவறா இலக்கிய நட்பில் நகும்!

பெயர் விலாசமறிந்து விசாலமாய் வளரும் தோழமை,

தோற்றாலும் தோள் தரும் தன்மை

நட்பிலன்றி வேறெதிலும் இன்மை!

நட்பில் சிறந்த புத்தகம்,

அது உணர்த்தா ஞானம் ஒற்றை வரியில் புரியும்,

"நான் இருக்கேன். விடு மச்சான் பாத்துகலாம்" என்று

அன்பில் திளைக்கும்!

பேராற்றலும் நட்பில் நிலைக்கும்!

~செல்வமொழி

நட்பு வட்டம்

விபரம் தெரியாமல் விளையாடி மகிழ்ந்து,

அறிமுகம் இல்லாமல் பேசி பழகி,

ஒருநாள் சந்திப்பும் உயிர் வரை கலந்து,

பள்ளி பருவத்தில் பலரோடு சேர்ந்து,

கல்லூரி காலத்தில் மனம் கலங்கி களைந்து,

வாழ்நாளில் எதிர்பார்க்காத சொந்தமாக,

தேடாத உறவாக,

இறைவனுக்கே கிடைக்காத,

நம்மிடம் சேர்ந்த உன்னதமான படைப்பே

நட்பு என்ற பொக்கிஷம்....

நாமக்கல் செந்தில்

முதல் சொந்தம்

குணமறியா பருவத்தில் முதல் உணர்வாய்

தோழமையை முழுவதுமாய் உன்னில் பெற்றேன்

ஆண்டுகள் பல கடந்தாலும்

ஆதாயம் பல தேடினாலும்

ஆர்வமாய் நான் முதலில் பகிர்ந்து கொள்வது

ஆதிரையாம் தோழி உன்னிடம் தான்

முதல் காதல் முழுமையில் வருகிறது

முதல் நட்போ வெறுமையிலிருந்து வருகிறது

எதிர்பாராத அப்பிஞ்சு மனதில்

நட்பு விளைந்ததாலோ

"அவள் பேசட்டும்" என்று இன்றும் எதிர்பார்க்க மறக்கிறது

எத்தனை பேரை சந்தித்தாலும்

மனம் உன்னை வைத்தே ஒப்புதல் செய்கிறது

இருக்காதா?

இப்புவியில் எனக்கென நான் தேடிய

முதல் சொந்தம் நீயன்றோ?

-ஷெரன் கரிஷ்மா

அழகிய பிழை அவள்

லட்சம் பேரை கடந்து
ஆயிரம் பேருடன் உரையாடி
நூறு பேருடன் நட்புண்டு
கோடியில் ஒருத்தியின் பக்கத்தில்
இவளின் கோடி ஆசைகள் கோர தாண்டவம் ஆடியன
புள்ளியிடா கோலமாய் நாங்கள்..
தொடக்கத்திற்கும் முடிவிற்கும் இடையே
பல பல வளைவுகள் நள்ளிரவின் பிள்ளைகள் நாங்கள்..

ஆந்தையும்கூட அயர்ந்து விடுமே
அவளும் நானும் கண் அயரும் முன்னே
சிலநேரம் கவலையின் கல்வெட்டாயும்
சிலநேரம் பூரிப்பின் பூரணமாயும்
இலக்கில்லா இலையாய் தான்
இன்பச்சுற்றுலா போவோம் தினமும்.

கொஞ்சம் நிறுத்தங்கள்..

கொஞ்சம் திருத்தங்கள்..

கொஞ்சம் இடைவெளிகள்..

கொஞ்சம் நெருக்கங்கள்..

ஆண்டுகள் பல கழிந்த போதிலும்
கொஞ்சம் நெஞ்சம் இல்லாத சுவாரஸ்யங்கள்
நெஞ்சை கிள்ளி தான் செல்கின்றன
நட்பு என்ற ஒற்றை வார்த்தை
காற்றில் வீசி சுழலும் போதெல்லாம்.

~ Shino dolly

நானும் நீயும்..

நீயும் நானும் அன்றில் நகலிகள்!

நாவல் தொடரிகள்! முடிவிலி முதலிகள்!

என் இதயத்தின் உணரிகள்

உன் இதயத்தோடே பிணைந்தனவோ?

உணக்கங்கள் எல்லாம் எனக்கென்றபோதும்,

உணர்வுகளின் சாயல் உன் முகரேகையில்!

உன் சுயம் இணைந்த என்னுடை சுயமிகள்,

அன்பில் தோய்ந்த அரட்டல் ஆணைகள்,

பொசபொச ஆக்க போட்டிடும் சண்டைகள்,

குட்டுகள் கொண்டு மீண்டிடும் மெல்ல..!

உழல் கொள்ளும் நேரம்

உன் ஒரு விரல் துணை போதும்..

உயல் கொஞ்சம் உயிர்க்கொள்ள

உன் தோள் ஒன்றின் துணை போதும்..!

ஒளிக்கற்றும் நிழலொளியாய்,

யாழ் கொண்ட நரம்பொலியாய்,

தூவலின் துளிகளிலே நானும் நீயும்..!

விவேகா (தேவி அருண்)

வேற்றுமை இல்லை

நண்பா...

நான் நானாகவே பிரதிபலிப்பது

உன்னில் மட்டும்தான்

என் வெற்றியில்

உன் வியர்வை வாடையும்

என் தோல்வியில்

உன் தோள்வழிப் பாதையும்

புரியாத என் காதலிகள் கேட்டனர்

நீ ஏன் எனக்கு அவ்வளவு முக்கியமென்று?

ஐவுளிக்கடை தொழிலாளியாய்

வலியில் சிரித்தபடி

எடுத்து விரித்துக்காட்டினேன்

அடுக்கி வைத்த நம் நேற்றுகளை

புரியவில்லை அவர்களுக்கு

மூச்சுவிடும் முன்னே

என்னைச் சுமந்த தாய்க்கும்

மூச்சிழந்த பின்னே

என்னை சுமக்கப்போகும் நண்பனுக்கும்

வேற்றுமை இல்லையென்று!

சிவபாலமணிகண்டன்

உறங்கிய நண்பனின் கவிதை

என் முதல் அகவையில் இருந்து

என்னுடன் வளர்ந்த உறவே.

உன்னுடன் சேர்ந்து செய்த

சேட்டைகளும் விளையாட்டுகளும்

எண்ணற்றவை எனினும்,

சினத்தினால் உன்னுடன் பேசாமல்

இருந்தவை கணப்பொழுதுகளே.

நான் தோல்வியில்

வீழ்ந்து கிடந்தாலும்

நீ விதை என கூறி நீருற்றி

மரமாய் வளர்த்து விட்டவனே.

என் மரணத்தில் கூட,

நெஞ்சில் பல வழிகளுடன்

கண்ணீரில் தத்தளித்து

மயானம் கொண்டு சென்றாயடா

நீ சுமந்த என் உடலை

எனது குடும்பத்தை

நீ பார்த்து கொள்வாய்

என்ற நம்பிக்கையில் உறங்குகிறேன்.

சிவா (@manadhil_._)

தோழியரில்லா தோழமை நாள்

சென்ற ஆண்டு வரை முன்பே ராக்கி கட்டிய தோழியர்

இன்று வெவ்வேறு கல்லூரிகளில்..

நெருங்கி பழகிய தோழியரும்

இன்று தொலைதூர விடுதிகளில்..

கோவிலில் மதில் சுவரில் விளையாடிய சிட்டுக்கள்

இன்று பொதுத்தேர்வு கூண்டிற்குள்..

ஒன்றாய் சுற்றித்திரிந்த மான் கூட்டம்

மனக்கசப்பால் இன்று தனித்தனியாய்..

நேற்று வரை வண்ண வண்ண கயிறுகளால்

அலங்கரிக்கப்பட்டிருந்த கை

இன்றோ எலும்பும் தோலுமாய்..

பயமாய் இருக்கிறது

இனி வரும் நாட்களும்

இப்படியே இருந்துவிடுமோ என்று.

- Sowmiyammu

முகமூடி அற்றவன்

தாய் குழந்தையாய் பெற்றெடுத்த என்னை,

மனிதனாய் பெற்றெடுப்பவன் நீ

வாழ்க்கை பயணத்தின் ஜன்னலோர இருக்கை நீ

காரணம் கேட்காமல் கண்ணீர் துடைக்கும் உறவு நீ

முகமூடிகள் தேவையற்ற உலகம் நீ நண்பா,

கண்ணில் தொடங்கும் காதலின் கலப்படம்

நெஞ்சில் தொடங்கும் நம் நட்பில் இல்லை

உடலைப் பிரிந்தும் உன்னில் வாழ்வேன்

தூங்கும் பொழுதும் உன்னுடன் பேசுவேன்

என்னைப் பார்க்க நீயும் வந்தால்

என் கல்லறையில்கூட உனக்காய் சிரிப்பேன்!

- Srinivasan Rajendran

நண்பன்

வெவ்வேறு அச்சகத்திலிருந்து வந்தோம்

நாம் ஆனால் நாம் கூறிய செய்தியோ ஒன்று தானே

சிலர் இகழ்ந்தார் சிலர் புகழ்ந்தார்

ஏனோ அவர்கள் வாசகர்களே

அச்சகர்களின் மனம் மாறலாம்

ஆனால் அச்சிடப்படும் தாளோ மாறாதது

ஆம் நண்பா

சந்திரன் மறையும் சூரியன் உதிக்கும்

வெயில் அடிக்கும் மழை பெய்யும்

இரவும் வரும் பகலும் வரும்

இருளும் வரும் ஒளியும் வரும்

இப்படி பல மாற்றங்களுள்

மாற்றமடையாத ஒன்று

நம் நட்பு தானே..

நம் நட்பிற்கு ஈடு இல்லை

அதற்கு இல்லை எல்லை..

இன்னும் தொடரும் நம் நட்பு

இனியும் தொடரும் நம் நட்பு.

சீனிவாசன் ரா

பசுமரத்தாணி!

ஒன்றுமறியா பருவத்தில் இணைந்து

பின் ஒன்றாய் பயணிக்கும் தோழமை!

விசையுந்தேறி ஊரைச் சுற்றிய நாட்களில்

வானூர்தியில் உலகையே

உலா வந்தாய் நினைத்து ஆனந்தம்!

முதலாளாய் முதல்நாளே திரையரங்கு சென்று

ஆர்ப்பரிப்பில் கத்தி மகிழ்ந்த வேளைகள்!...

அருகருகே அமர்ந்து

தன்னிடமுள்ள பணத்தைச் சேர்த்து

ஒன்றில் இருபங்காய் சுவைத்த உணவுகள்!

பல செயல்களில் முரண் கொண்டு

சில நிமிடங்களில்

எதுவும் நிகழாதது போல் பேசிய தருணங்கள்....

காலம் பிரித்தாலும்

காலமும் பிரியாத

கைமாறும் காரணமும் உடைய

காலம் கடந்த நண்பர்கள்!....

.

ச.ஸ்ரீராம்

நட்புக் கவிதை

அன்பினில் தாயாக

அறிவுரைப்பதில் தந்தையாக

கற்றுத் தருவதில் ஆசானாக

சிரிக்கவைப்பதில் இறைவனாக

வறண்ட நிலத்தில் நீரூற்றாக

இன்பத்திலும் துன்பத்திலும் உறுதுணையாக

என் கோடையில் மழையாக

என் இருளினில் வெளிச்சமாக

விளையாட்டுக்கூட சண்டையாக

அந்த சண்டையே விளையாட்டாக

சின்னசின்ன விஷயம்கூட பெரிதாக

பெரியபெரிய விஷயம்கூட சிறியதாக

நெருக்கத்தில் என் துணையாக

குழப்பத்தில் என் தீர்வாக

எல்லா சூழ்நிலையிலும் என் தோழியாக

அடுத்த ஜென்மத்திலும் நீயேவேண்டும்

என் நண்பனாக ஏனோ,

அன்று அழுததை நினைத்தால்

இன்று சிரிக்கவைக்கிறது,

அன்று சிரித்ததை நினைத்தால்

இன்று அழவைக்கிறது இந்த நட்பு...

சுபாஷினி

தோழியாக துணைவியாக அவள்

ஓர் உதிரமில்லை அவளும் நானும்

ஈருருவத்தில் பிறந்தவர்கள் நாங்கள்

மூவெட்டிலும் தொடர்கிறோம்,

நான்காம் வகுப்பிலிருந்து தொடங்கிய தோழமையை

ஐந்து முறை சண்டை போட்டோம்

ஆறாம் விரலுடையவள்

ஏழு அதிசயத்தை உள்ளடக்கியவள்

எட்டிரெண்டில் பருவமடைந்தவள்

ஒன்பது கிரகமும் அவளொருத்திக்குள்ளே

பத்துப் பொருத்தமும் அமைந்தவள்.,

இவையெல்லாம் அமைந்த முடிவிலியும் அவள்

என் தோழியாகவும்

என் துணைவியாகவும் அவளே..

சுந்தர் முத்துக்குமரன்

நட்பின் அர்த்தம்

செல்ல சண்டைகளும் உரிமையுள்ள கோபமும்
இதுதான் நட்பு என்பதோ?
விட்டுக்கொடுத்தலும் விலகாமல் நிற்பதும்
இதுதான் நட்பு என்பதோ?
சோகத்தை மறக்க வைக்கும் சிரிப்பும்
அதே சோகத்திலும் ஆறுதல் தரும் தோளும்
இதுதான் நட்பு என்பதோ?
தாய்மையின் உணர்வும் தந்தையின் கண்டிப்பும்
இதுதான் நட்பு என்பதோ?
அரட்டைகளும் அதனுடன் செய்யும் குறும்புகளையும்
அழகாய் சமாளிப்பதும் இதுதான் நட்பு என்பதோ?
வலியும் வேதனையும் தனக்கும் சொந்தமென்று
பங்கிட்டுக் கொள்வதும் இதுதான் நட்பு என்பதோ?
தோழமை என்பதையும் கடந்து ஒரு புனிதம்
இதுதான் நட்பு என்பதோ?
உணவும் அதை பக்குவமாய் ஊட்டி விட கைகளும்
இதுதான் நட்பு என்பதோ?
கல்லூரி வாழ்க்கையும் இனிமையாய் தொடர்ந்து அழகாய்
முடிந்து
இன்றும் தொடர்கிறது அதே குறும்புகளுடனும்
சேட்டைகளுடனும்
அளவற்ற பாசங்களுடனும்!

- Suryakrishnan

நட்புக்கோர் சிலை

அன்பார்ந்த நட்பை நான்கூற இன்றெது..

அன்றேதான் கூறியதே - வள்ளுவரின் குறளேடு-ஆம்

தமிழுக்கோர் சிங்காரம்,நட்புக்கோர்-அதிகாரம்

இதுபோதும்,நட்பிணைப்பாய்-வலிமைமாறா

பாசப்பிணைப்பாய்- என்றும் எங்கள் நட்பு

வலிமை மாறா வேதிப்பிணைப்பு......

நீக்கமற நினைவுகளுடன் -நீங்காத நட்பலைகள்....

தூக்கம் கெடுக்கும் காதலையும்

தூரத்தினில் வைத்தவர்கள்- ஆம்

துளியேனும் விருப்பமில்லை அத்துன்பத்தினில் பங்குகொள்ள,

தூரமில்லையே எங்கள் நட்பு தூக்கி அனலில்- ஏறிந்திடவே ?

இக்கலியுககாலத்தினிலே கற்புக்கோர் சிலையுண்டு-

நட்புக்கோர் சிலையில்லை...

சிலை.............???

அக்கண்ணகி தான் கேட்டாளோ?

இல்லை அப் பிசிராந்தையார் தான் தடுத்தாரோ ???

அக்னி பா.வீரா

103

நட்பின் இனிமை

அன்பும் அக்கறையும் சேர்ந்திட அதட்டலும் அரவணைக்குமே.. !

ஆசானாகி பாடம் எடுக்கும் ஆகச்சிறந்த உறவும் ஆகுமே.. !

இனிமையில் மட்டுமன்றி இன்னலிலும் அணைத்திடுமே.. !

ஈன்றவள் காட்டும் அன்பாய் ஈடாகும் பெருமை அடைந்திடுமே.!

உள்ளம் தொட்டு உதித்த உறவாய் உடன்பிறவா

உதிரமென்றாகுமே.. !

ஊர் கூடி எதிர் நின்றாலும் ஊன்றுகோலாய் துணை நிற்குமே.. !

என்றும் சிறந்த வழிகாட்டியென எவ்விடத்தும் வரும்

வரமாகிடுமே.. !

ஏற்றம் பல பெறினும் நட்பை ஏந்தி நிற்க வாழ்வின்

பொருளாகிடுமே.. !

ஐயங்கள் விலகி ஓடிடுமே வெற்றியதில் ஐவிரல் உணர்வாய்

மகிழ்ந்திடுமே.. !

ஒதுங்க சொல்லும் பாகுபாடுடைத்து ஒற்றுமையதை

பறைசாற்றுமே.. !

ஓடியாடி களித்த பொழுதுகளாய் ஓயாத நினைவென

அலங்கரித்திடுமே.. !

ஒளவை தந்த இலக்கணமாக ஒளடதமாய் நட்பில்

லயித்திடுவோமாக.. !

-சா. விஜயலட்சுமி